ഇരട്ടജ്വാല

ഗ്രീഷ്മ (ഗൌരി)

Made with ❤ on the Notion Press Platform
www.notionpress.com

അവളിലെ വാക്കിലെ പ്രണയമാകാൻ

അവളുടെ കണ്ണിലെ പ്രകാശമാകാൻ

അവളുടെ അധരത്തിലെ മധുരമാകാൻ

അവളിലെ സ്വപ്നങ്ങൾക്ക് കരുത്തേകാൻ

അവളുടെ ആത്മാവിലലിഞ്ഞു ചേരാൻ

അവളിലെരിയുന്ന കനലിനെ കെടുത്താൻ

ജലപ്രവാഹമായി ഒഴുകിയെത്തിയവനേ...

നിന്നിലലിഞ്ഞു ചേർന്ന നിമിഷങ്ങൾക്കും

നിന്നിൽ ആളിക്കത്തിയ പ്രണയത്തിനും

നീ നൽകിയ സാന്ത്വന വാക്കുകൾക്കും

നീ ചേർത്തു പിടിച്ച കൈകൾക്കും മുൻപിൽ

സമർപ്പണം ചെയ്യട്ടെ നിന്നിലെ ഈ ഇരട്ട ജ്വാല!

ഉള്ളടക്കം

ഉള്ളടക്കം

ഉള്ളടക്കം

ഗ്രീഷ്മ കെ വി (ഗൌരി)

1989 ജൂൺ 15ന് തൃശ്ശൂർ ജില്ലയിൽ ചാലക്കുടി താലൂക്കിൽ ചൗക്ക ദേശത്ത് ജനനം. സെന്റ് ആന്റണീസ് സി. യു. പി. എസ്. എലിഞ്ഞിപ്ര, എസ്. എച്ച്. സി. ജി. എച്ച്. എസ്. എസ്. ചാലക്കുടി എന്നിവിടങ്ങളിൽ പ്രാഥമിക വിദ്യാഭ്യാസം. നിർമ്മല കോളേജ് ഓഫ് ഇൻഫർമേഷൻ ടെക്നോളജി, ചാലക്കുടി, എസ്.എച്ച്. കോളജ്, ചാലക്കുടി എന്നിവിടങ്ങളിൽ നിന്നും കമ്പ്യൂട്ടർ ആപ്ലിക്കേഷനിൽ ഡിഗ്രിയും പി.ജി.യും പൂർത്തിയാക്കി. അമൃത സ്കൂൾ ഓഫ് ആർട്സ് ആൻഡ് സയൻസസ്, കൊച്ചിയിൽ നിന്നും എം.ഫിൽ പഠനം പൂർത്തിയാക്കി. പിഎസ്ജിആർ കൃഷ്ണമ്മാൾ കോളേജ് ഫോർ വിമൻ, കോയമ്പത്തൂരിൽ പി.എച്ച്.ഡി. ചെയ്യുന്നു. കാർമ്മൽ കോളേജ്, മാള, സെന്റ് ജോസഫ് കോളേജ് (ഓട്ടോണമസ്) ഇരിഞ്ഞാലക്കുട, തൃശ്ശൂർ കേരള പോലീസ് അക്കാദമി എന്നിവിടങ്ങളിൽ അസിസ്റ്റന്റ് പ്രൊഫസർ ആയി ജോലി ചെയ്തിട്ടുണ്ട്. ഇപ്പോൾ പി.എസ്.ജി.ആർ. കൃഷ്ണമ്മാൾ കോളേജ് ഫോർ വിമൻ, കോയമ്പത്തൂരിൽ അസിസ്റ്റന്റ് പ്രൊഫസർ ആയി ജോലി ചെയ്യുന്നു.

അച്ഛൻ: കെ ആർ വിജയരാഘവൻ

അമ്മ: കെ കെ പുഷ്പലത

മകൻ: കാർത്തിക് ഗൌരി

വിലാസം: കണക്കശ്ശേരി വീട്

എലിഞ്ഞിപ്ര പി. ഒ., ചൗക്ക

ചാലക്കുടി (വഴി), തൃശ്ശൂർ - 680721

1. ഇരട്ട ജ്വാല

ആത്മാവുകൾ തമ്മിലുള്ള ബന്ധനം
പൊട്ടിച്ചെറിയാൻ കഴിയാത്തതാണ്
തിരിച്ചറിയപ്പെടുന്ന നിമിഷം മുതൽ
തീജ്വാലപോൽ കത്തിജ്വലിക്കുന്നതുമാണത്...
അനുഭവിച്ചറിയുന്ന നേരം മുതൽ
ആ സ്നേഹം ആളിപ്പടരുന്നതുമാണ്...
പരസ്പരം നിബന്ധനകളില്ലാതെ
സ്നേഹിക്കാനും ബഹുമാനിക്കാനും
ഉയർത്താനും കഴിയുന്ന ഇരട്ട ജ്വാലയാണത്...
ആ ബന്ധങ്ങളുടെ ആദ്യ സമാഗമം
മറക്കാൻ കഴിയാത്തതുമാണ്...
അതത്രമേൽ അഗാധവും നിർമ്മലവും
പകരം വയ്ക്കാൻ കഴിയാത്തത്ര
ശക്തമായതുമായ ആന്തരിക ബന്ധനം...
അമൂല്യമായ പരസ്പരം ആശ്വാസകരമായ
ഭ്രാന്തമായ അഭിനിവേശമാണത്...
ആ സ്നേഹവും സൗഹൃദവും കരുതലും
തീവ്രമേറിയതും അതുല്യവുമാണ്...

2. ചില മനുഷ്യർ

നാം നമ്മുടെ ജീവിതയാത്രയിൽ
കണ്ടുമുട്ടുന്ന ചില ജീവിതങ്ങൾ
നാമറിയാത്ത നമ്മെയറിയാത്ത
പച്ചയായ മനുഷ്യ വ്യക്തിത്വങ്ങൾ
പലപ്പോഴായി ചില സന്ദർഭങ്ങളിൽ
വിരുന്നുകാരായി കടന്നുവരുന്നവർ
നമ്മുടെ ഒരു പുഞ്ചിരി കൊണ്ടോ
വാക്കിനാലോ പ്രവൃത്തിയാലോ
നമ്മളിലേക്ക് ഓടിക്കയറുന്നവർ
അവർ നമുക്ക് നൽകുന്ന സ്നേഹവും
കരുതലും നാം അനുഭവിച്ചറിയുമ്പോൾ
ആ ആശ്ലേഷണങ്ങളും സ്നേഹ
ചുംബനങ്ങളും വാക്കുകളും
നമ്മളിലേക്ക് പ്രവഹിക്കുമ്പോൾ
ആ പ്രപഞ്ച ശക്തിയെ ഈശ്വര
ചൈതന്യത്തെ നാം തിരിച്ചറിയുന്നു
മനസ്സ് സംഘർഷങ്ങളിൽ ഉഴറുമ്പോൾ
നാമൊറ്റയ്ക്കല്ലെന്ന് ഓർമിപ്പിക്കുന്നു

3. സ്ത്രീ

വാത്സല്യമേകുന്ന അമ്മയാണവൾ
സ്നേഹമയിയായ പത്നിയാണവൾ
സഹനങ്ങളേറ്റു വാടി തളരുമ്പോഴും
സർവ്വം സഹയായ ദേവിയാണവൾ
പ്രിയതമന്റെ പ്രാണേശ്വരിയാണവൾ
നന്മ നിറഞ്ഞ കൂട്ടുകാരിയാണവൾ
സ്ത്രീ അബലയാണെന്നിരിക്കലും
ആത്മാഭിമാനമുള്ള പെണ്ണാണവൾ
അർഹിക്കുന്ന സ്നേഹവും കരുതലും
കിട്ടുന്നിടത്തെ അടിമയുമാണവൾ
സ്വന്തം ആഗ്രഹങ്ങളും സ്വപ്നങ്ങളും
ത്യജിക്കാൻ മനസ്സുള്ള ദേവതയാണവൾ
സ്വന്തം വിശപ്പിനെ അവഗണിച്ചും മറ്റുള്ളവരെ
ഊട്ടുന്ന അന്നപൂർണേശ്വരിയാണവൾ
കുടുംബത്തിന് ഐശ്വര്യവും വീടിന്
വിളക്കുമായ ലക്ഷ്മിയാണവൾ

4. ആകാശതാരകം

വാനിൽ ഉദിച്ച പുത്തൻ താരകമേ
നീയെനിക്ക് ആരെല്ലാമായിരുന്നു?
എന്റെ വഴികാട്ടി മാത്രമായിരുന്നോ?
എന്റെ നല്ല കൂട്ടുകാരനായിരുന്നില്ലേ നീ
എൻ മനം പിടയുമ്പോൾ ഞാൻ പറയാതെ
തന്നെ അറിഞ്ഞിരുന്നവനായിരുന്നല്ലോ നീ
എന്റെ കൊച്ചു കൊച്ചു സന്തോഷങ്ങളിൽ
കൂടെ പങ്കുചേർന്നവനായിരുന്നില്ലേ നീ
എന്റെ നേട്ടങ്ങളെയും ഉയർച്ചകളെയും
നെഞ്ചോടു ചേർത്തുപിടിച്ചുവനായിരുന്നു നീ
എന്റെ എല്ലാ സങ്കടങ്ങളിലും എനിക്ക്
തുണയായി കൂടെയുണ്ടായിരുന്നതും നീയല്ലേ
എന്റെ സ്വപ്നങ്ങൾക്കു വേണ്ടി പറക്കാൻ
ചിറകുകൾ വച്ച് തന്നതും നീയായിരുന്നല്ലോ
നീ കൂടെയില്ലാത്ത ഈ ജീവിതമെനിക്കിന്ന്
അന്ധകാരം നിറഞ്ഞിരിക്കുന്നല്ലോ
എന്റെ കാഴ്ച ശക്തി നഷ്ടമായിരിക്കുന്നല്ലോ
ഇനിയുമെൻ സ്വപ്നങ്ങൾക്ക് പിന്നാലെ
പറന്നുയരാനും പാടി അലയാനുമായി
വഴികാട്ടുമോ പ്രിയ താരകമേ നീയിനിയും?

5. കരുണ

നമുക്കു ചുറ്റിനുമുള്ളവരോട് തോന്നുന്ന
നിസ്വാർത്ഥമായ സ്നേഹഭാവമാണത്
ഒന്നും ആഗ്രഹിക്കാതെ പ്രതീക്ഷിക്കാതെ
സ്നേഹിക്കാൻ കഴിയുന്ന ഒന്നാണത്
ഒരു പുൽനാമ്പിനെ പോലും നോവിക്കാൻ
സാധിക്കാത്ത പ്രപഞ്ച വികാരമാണത്
ഓരോ മനുഷ്യരിലും നിറഞ്ഞു നിൽക്കുന്ന
ഈശ്വര ചൈതന്യത്തിന്റെ ഭാവമാണത്
മാനസിക സംഘർഷങ്ങളിൽ ഉഴലുന്ന
മനസ്സിന്റെ രക്ഷയാകുന്ന ധർമ്മമാണത്
ഈ പ്രപഞ്ചത്തിലെ എല്ലാ ജീവജാലങ്ങളെയും
സ്നേഹിക്കാൻ പ്രേരിപ്പിക്കുന്ന ഒന്നാണത്
സ്വയം ജീവാഗ്നിയിൽ എരിഞ്ഞടങ്ങുമ്പോൾ
പുത്തൻ ഉണർവേകുന്ന മാസ്മരികതയാണത്
കാമ ക്രോധ ലോഭ മോഹ മദ മാത്സര്യാദി
വികാരങ്ങളിൽ നിന്നുള്ള രക്ഷയാണത്...

6. നിൻ മനം

നിൻ മനസ്സിൽ നിറയുന്ന ഹൃദയഭാരം
പങ്കുവക്കാതെ തന്നെ അറിയുന്നു ഞാൻ
നിൻ നെഞ്ചിലെ വിങ്ങൽ അരികിൽ
ഇല്ലാതെയും എന്നിലേക്കൊഴുകുന്നു
പറയാൻ കഴിയാത്തതൊക്കെയും
നെഞ്ചിനുള്ളിൽ അടക്കിപിടിച്ചു നീ
എന്നോടൊത്തു പുഞ്ചിരിക്കുമ്പോഴും
കിന്നാരം പറഞ്ഞു കുറുമ്പു കാട്ടുമ്പോഴും
അറിയുന്നു തോഴാ ഞാൻ ആ ഹൃദയതാളം
ഒരിക്കൽ അതെല്ലാം എന്നിൽ തന്നെ
പൊയ്തൊഴിയും വരെ നിനക്കായ്
കാത്തിരിക്കും ഞാനീ വഴിയോരത്ത്
നിന്റെയുള്ളിലെ കാർമേഘങ്ങളെല്ലാം
പൊയ്തൊഴിഞ്ഞ് മാനം തെളിയും വരെ...

7. ഇച്ചര

അവളുടെ ഉള്ളിലെ അഗ്നി പുറത്തെ ഗ്രീഷ്മ
താപത്തേക്കാൾ കൂടുതലായിരിക്കുന്നു...
സ്വയം നിയന്ത്രിക്കാനാകാത്ത വിധം
ആ ജ്വാല അവളെ വിഴുങ്ങുവാനൊരുങ്ങുന്നു
ആ കാമ ചൂടിൽ താൻ വെന്ത് വെണ്ണീറാകുമെന്ന്
അവൾക്ക് തോന്നി തുടങ്ങിയിരിക്കുന്നു...
തനിക്ക് പിടിച്ചു നിർത്താൻ കഴിയാത്ത
ആ ഭ്രാന്തിൽ സ്വയം ആത്മഹൂതി
ചെയ്യാനൊരുങ്ങി അവളുടെ മനം...
എന്തു ചെയ്യണമെന്നറിയാതെ
ആരോടു പറയണമെന്നറിയാതെ
സ്വയം തന്നെ തന്നെ ശപിച്ചവൾ തേങ്ങി...

8. ബന്ധവും അടുപ്പവും

നമ്മുടെ ആത്മാക്കൾ തീയിൽ ഉരുക്കിയെടുത്തതാണ്
ആ തീജ്വാലകളിൽ നമ്മൾ നമ്മുടെ ആഗ്രഹങ്ങൾ
കണ്ടെത്തി
പൂർണ്ണവും മുഴുവനുമാകാനുള്ള ആഗ്രഹം
നമ്മിലെ മറ്റേ പകുതിയെ കണ്ടെത്താനും
കണ്ടുമുട്ടാനുമുള്ള ആഗ്രഹം
ജീവിതകാലം മുഴുവൻ നമ്മൾ വഴിതെറ്റി അലഞ്ഞു
നമുക്കോരോരുത്തർക്കും നഷ്ടപ്പെട്ട പാതി തിരഞ്ഞു
നടന്നു
നമ്മൾ പരസ്പരം കണ്ടെത്തുന്ന ആ ദിവസം വരെ
നമുക്കു മറ്റാരോടും തോന്നാത്ത ആ ബന്ധം
തോന്നുന്നതു വരെ
നമ്മുടെ ഹൃദയങ്ങൾ പ്രപഞ്ചത്തോടും സൂര്യനോടും
ഒപ്പം ഒന്നായി മിടിക്കുന്നു
നമ്മൾ പരസ്പരം ഒന്നായി ലയിച്ചപ്പോൾ നമ്മൾ
ഒരടുപ്പം കണ്ടെത്തിരിക്കുന്നു
ലാളിത്യത്തിനപ്പുറമുള്ള ഒരു ബന്ധം.
നമ്മുടെ ആത്മാക്കൾ ആ ആനന്ദ നൃത്തത്തിൽ
മുഴുകിയിരിക്കുന്നു
എല്ലാം തികഞ്ഞ ഒരു പ്രാപഞ്ചിക പ്രണയത്തിന്റെ
ഒത്തുചേരൽ
നമ്മുടെ ശരീരത്തിന്റെയും മനസ്സിന്റെയും ലയനം,

ദേശത്തിനും കാലത്തിനും അതീതമായ ഒരു പ്രണയം.
പരസ്പരം നമ്മുടെ കണ്ണുകളിൽ ഒരു പ്രതിഫലനം
നാം കാണുന്നു,
നമ്മുടെ അഗാധമായ വാത്സല്യത്തിന്റെ കണ്ണാടി,
നമ്മൾ അനന്തതയിലേക്ക് നോക്കുമ്പോൾ,
നമ്മൾ പരസ്പരം നമ്മുടെ വിധിയെ തിരിച്ചറിയുന്നു
നമ്മൾ ഇരട്ട ജ്വാലകളാണ്, എന്നന്നേക്കും ആയി
ബന്ധിക്കപ്പെട്ടിരിക്കുന്നു
ശാശ്വതവും അഗാധവുമായ ഒരു സ്നേഹം
നമ്മൾ പരസ്പരം പ്രകാശിക്കുമ്പോൾ,
നമ്മൾ നമ്മളിലേക്കു തന്നെയുള്ള വഴി
കണ്ടെത്തിയെന്ന് തിരിച്ചറിയുന്നു.

9. അവൻ

അവനെ വാരി പുണരാൻ
അവനിൽ അലിഞ്ഞു ചേരാൻ
കൊതിക്കുന്നതെൻ മനം
അവന്റെ മാറിൽ തല ചായ്ച്ചുറങ്ങാൻ
അവന്റെ കുഞ്ഞിനെ ഉദരത്തിൽ വഹിക്കാൻ
ആശിച്ചു പോകുന്നതെൻ മനം
അവന്റെ തലോടലേറ്റുറങ്ങാൻ
ആ കൈക്കരുത്തിൽ അമരാൻ
പിടയുന്നതെൻ മനം
അവനിൽ തുടങ്ങി ഒടുക്കം
അവനിൽ തന്നെ പെയ്തിറങ്ങാൻ
വെമ്പുന്നതെൻ ഹൃദയം....

10. മുഖംമൂടി

മുഖം മനസ്സിന്റെ കണ്ണാടിയാണെന്ന്
നാം ഓരോരുത്തരും പറയുമ്പോഴും
ചില ആത്മാർത്ഥത കലർന്ന കപട
മുഖംമൂടികളും നമുക്കു ചുറ്റും കാണാറുണ്ട്
ചിലരത് തന്റെ സങ്കടങ്ങൾ ഒളിയ്ക്കാൻ
എടുത്തണിയുന്ന ഒരു പരിചയാക്കുമ്പോൾ
മറ്റു പലരുമത് നേരമ്പോക്കായി അണിയുന്നു
എന്നാൽ ചിലർക്കത് കാപട്യം മറച്ച്
പിടിക്കാനുള്ള ഒളിത്താവളമായി മാറാറുണ്ട്
നമ്മെ മറ്റുള്ളവർ മനസ്സിലാക്കാതിരിക്കാൻ
സ്വയമെടുത്തണിയുന്ന മുഖംമൂടികളും
മറ്റുള്ളവരെ കബളിപ്പിക്കാനായി മാറിമാറി
ധരിക്കുന്ന കപട മുഖംമൂടികളുമുണ്ടതിൽ
പച്ചയായ മനുഷ്യ ജന്മങ്ങൾക്കത്
മനസ്സിലാകാതെ പോകുന്നതാണോ
അതോ മനസ്സിലാക്കിയിട്ടും അവർ സ്വയം
തകർന്നു പോകാതിരിക്കാനായി മാത്രം
കണ്ടില്ലെന്ന് നടിക്കുന്നതായിരിക്കുമോ?

11. ഭ്രാന്തിൻ പൂക്കാലം

പ്രണയം പറയുന്നതും എഴുതുന്നതും
ഭ്രാന്താണന്ന് പറയുന്നു ചിലരെങ്കിലും...
അവൾക്കാ ഭ്രാന്തിനെ നൽകിയവർ തന്നെ...
എഴുതുന്നവർക്കും ഭ്രാന്താണെന്നവർ...
അവളെ ആ ഭ്രാന്ത്രിലേക്കെത്തിച്ചവരുമവർ...
ആ ഭ്രാന്തിന്റെ ഉന്മാദ ലഹരിയിലവൾ
സ്വയം മറന്നു അട്ടഹസിച്ചപ്പോൾ...
ഭ്രാന്തിയെന്ന് മുദ്രകുത്തി അവളെ
ചങ്ങലക്കിട്ടവരുമവർ തന്നെ...
ഭ്രാന്തിന്റെ ലോകത്തിലേക്കവളെ
വലിച്ചെറിഞ്ഞു പോയവർ തന്നെ
അവളെ നോക്കി കൈകൊട്ടി ചിരിക്കുന്നു...
നിഷ്കളങ്കമായ മനുഷ്യ മനസ്സിൻ പിടച്ചിൽ
വരച്ചു കാട്ടുന്നതു ഭ്രാന്താണെങ്കിൽ
കാപട്യം നിറഞ്ഞവരുടെ ഈ ലോകത്ത്
അവർക്കൊപ്പം അഭിനയിച്ചു തീർക്കുന്നതിലും
ഭ്രാന്തിയായിരിക്കുന്നതു തന്നെ നല്ലത്...

12. ചിലത്

ചില ദിവസങ്ങൾ ചില നിമിഷങ്ങൾ
ചില ഓർമ്മപ്പെടുത്തലുകളാണ്...
ചില മനുഷ്യർ ചില യാത്രകൾ
ഒരുപാട് ചിന്തിപ്പിക്കുന്നവയും....
ചില ചിന്തകൾ ചില വഴികൾ
ഒത്തിരി ദൂരം കൊണ്ട് പോകുന്നു...
ചില വികാരങ്ങൾ ചില തിരിച്ചറിവുകൾ
മനസ്സിനുള്ളിലെ വേലിയേറ്റങ്ങളും....
ഈ ചിലതിലെ പലതും നമുക്ക് നമ്മെ
തന്നെ തിരിച്ചറിയാൻ കഴിയാത്തതാണ്...
ഒന്നിനും പിടി കൊടുക്കാതെ പായുന്ന
മനസ്സിന്റെ ചിന്തകളിൽ ചിലത്...
ഉത്തരം കിട്ടാത്ത ചോദ്യങ്ങൾ പോൽ
അത് സ്വയം നിറഞ്ഞൊഴുകുന്നു...

13. യാത്രകൾ

ചില യാത്രകൾ അനിവാര്യമാണ്
കലങ്ങി മറിയുന്ന മനസ്സിൽ നിന്നും
പ്രശാന്ത സുന്ദര പ്രകൃതിയുടെ മായാ
ലോകത്തിലേക്ക് ഒളിച്ചോടാൻ...
പ്രക്ഷുബ്ധമായ കടലിരമ്പങ്ങളുടെ
അഗാധതയിൽ നിന്നും നിശ്ചല
ജലപരപ്പിന്റെ മടിത്തട്ടിലേക്കിറങ്ങാൻ...
ജീവിതമാകുന്ന ഈ യാത്രയിൽ നാം
പല സഹയാത്രികരെയും കണ്ടുമുട്ടുന്നു
പലയിടത്തു നിന്നും നമ്മിലേയ്ക്ക്
ഓടികയറുകയും ഒരു യാത്ര പോലും
പറയാതെ ഇറങ്ങി പോകുന്നവരുമുണ്ടതിൽ
അവരിറങ്ങി പോയ വഴികളിലേക്ക്
തിരിഞ്ഞു നോക്കാതെ നമ്മൾ യാത്ര തുടരുന്നു
വിധി നമ്മെ അണിയിക്കുന്ന വേഷങ്ങൾ
അഴിച്ചുവച്ച് പുതിയവ ധരിച്ച് നമ്മൾ
ഓരോരുത്തരും ഓരോ യാത്രയിലാണ്...

14. ആത്മാക്കളുടെ സംഗമം

നാം ഈ ജീവിത യാത്രയിൽ കണ്ടുമുട്ടുന്ന
ഓരോരുത്തരും ആകസ്മികതയല്ലത്രെ...
ആത്മാക്കളുടെ സംഗമം വെറുതെയല്ലെന്നും
ദൈവിക രൂപകല്പനയാൽ കണ്ടുമുട്ടാൻ
വിധിക്കപ്പെട്ടവരാണവരെന്നും പറയുന്നു...
പരസ്പരം വളരാനും പഠിക്കാനുമാണത്രേ
ആത്മാക്കളുടെ സംഗമം നടക്കുന്നത്...
ജീവിതത സന്തോഷങ്ങളിൽ പങ്കുചേരാനും
ആശങ്കകളെ മറികടക്കാനും ഒന്നിക്കുന്നവരാണവർ...
അവർ പിന്തുടരുന്ന ആ സത്യമായ ബന്ധത്തിൽ
ചിരിയിലൂടെയും കണ്ണീരിലൂടെയും
ആത്മാക്കൾ ആശ്വാസം കണ്ടെത്തുന്നു...
ഹൃദയങ്ങളുടെ ആ സംഗമത്തിൽ
ജീവിതങ്ങൾ ഇഴചേരുന്നു...
വിധികൾ ഒത്തുചേരുന്ന ഒരു കഥ തയ്യാറാക്കുന്നു...
അതിനാൽ ഓരോ കണ്ടുമുട്ടലും വിലമതിക്കുക
അവരെ പ്രിയപ്പെട്ടവരായി നിലനിർത്തുക.

15. ചിലയിടങ്ങൾ

ചിലയിടങ്ങൾ ചില യാഥാർത്ഥ്യങ്ങൾ
ചില ആളുകൾ ചില പെരുമാറ്റങ്ങൾ
മനസ്സിന് ഉൾക്കൊള്ളാൻ കഴിയാത്തതും
തീച്ചൂളയിൽ വെന്തുരുക്കുന്നതുമാണ്...
എന്നാലതിൽ നിന്നും ഒരു പറിച്ചു നടൽ
അസാധ്യമാകുമ്പോൾ അവയെല്ലാം
ഹൃദയത്തിൽ ഏൽപ്പിക്കുന്ന മുറിവുകൾ
ഒരിക്കലും മാഞ്ഞു പോകാത്തതുമാണ്...
എത്ര തവണ ഓടിയൊളിക്കാൻ ശ്രമിച്ചാലും
ആ യാഥാർത്ഥ്യങ്ങൾ നമ്മെ പിന്തുടരുന്നു
അതിൽ കാലിടറാതെ മനസ്സു തളരാതെ
സ്വയം മനസ്സിലാക്കി കരുത്തോടെ മുന്നേറാൻ
സാധിക്കുന്നവർ ചിലപ്പോ വിരളമായിരിക്കാം...
സ്വന്തം ജീവിത ഉദ്ദേശ്യങ്ങളും മൂല്യ ബോധവും
അതിന് കരുത്തു പകരുന്നതാകട്ടെ...!

16. കർക്കിടകവാവ് ബലി

പിതൃക്കളുടെ മോക്ഷപ്രാപ്തിക്കും
പിതൃപ്രീതിക്കുമായി ശ്രാദ്ധമൂട്ടുന്ന ദിനം
മനസ്സും ശരീരവും വ്രതശുദ്ധമാക്കിയിടുന്ന ബലി
പിതൃക്കൾക്ക് ആത്മശാന്തി നൽകുന്നു...
പുണ്യതീർത്ഥങ്ങളാലും പഞ്ചദ്രവ്യങ്ങളാലും
പിതൃസ്മരണയിൽ പുണ്യ ബലിതർപ്പണം...
പിതൃക്കളെ മനസിൽ കണ്ടുള്ള ബലി കർമം
മുഴുവൻ പിതൃ പരമ്പരക്കും വേണ്ടിയുള്ള താണ്...
കുളിച്ചു ഈറനണിഞ്ഞു മണ്മറഞ്ഞുപോയ
പിതൃക്കളെ മനസ്സിൽ സങ്കൽപ്പിച്ചുള്ള
കർക്കിടക ബലി സമർപ്പണം സമസ്ത
ജീവജാലങ്ങൾക്കും വേണ്ടിയുള്ള സമർപ്പണമാണ്...
അവർ ആ ലോകത്തിൽ
സന്തോഷിച്ചിരിക്കുന്നതിനായും
അവിടെ ഇരുന്നു നമ്മളെ അനുഗ്രഹിക്കുന്നതിനായും
ഈ പുഷ്പവും, ജലവും, അന്നവും സമർപ്പിക്കുന്നു...!

17. മനസ്സ്

പല പല കെട്ടുപാടുകളിൽ
പെട്ടുപോയിരിക്കുന്ന മനസ്സുകൾ
ചിലന്തിവലയിൽ അകപ്പെട്ട്
പുറത്തുകടക്കാൻ സാധിക്കാത്ത
ജീവനുകളുടെ പിടച്ചിലുകൾ
മരണവെപ്രാളത്തോടെ ജീവനായ്
പിടഞ്ഞു പോകുന്ന ജീവിതങ്ങൾ
കൂച്ചുവിലങ്ങുകളാൽ ബന്ധിക്കപ്പെട്ട
മോചനത്തിനായ് വെമ്പൽ കൊള്ളുന്ന
സ്വാതന്ത്ര്യത്തിനായി പോരാടുന്ന
കുറെയധികം മനുഷ്യ മനസ്സുകൾ...
അതിവിദൂരമായ രക്ഷയ്ക്കായ്
ആശിച്ച് നിർവൃതി കൊള്ളുന്ന മനം.

18. വാക്കുകൾ

അക്ഷരങ്ങൾ വാക്കുകളായി മാറുമ്പോൾ
ആ വാക്കുകൾ വരികളായ് തീരുമ്പോൾ
പറയാതെ പോയതെല്ലാം പെയ്തൊഴിയുന്നു
മറ്റുള്ളവർക്ക് അറിവ് പകർന്നു നൽകാനും
അവരുടെ ഹൃദയങ്ങളെ കീറിമുറിക്കാനും
കഴിയുന്ന ശക്തിയേറിയ ആയുധങ്ങൾ...
വേണ്ട പോലെ വേണ്ട സമയത്തെ നന്മയുള്ള
വാക്കുകൾ അനുഗ്രഹമായി തീരുമ്പോൾ
ചില സമയങ്ങളിൽ ശാപമായി മാറുന്നു...
നമ്മിൽ നിന്നും പ്രവഹിക്കുന്ന ഓരോ വാക്കും
നമ്മിലേക്ക് തന്നെ ഒരു നാൾ തിരികെയെത്തുന്നു
സത്യമായ വാക്കുള്ളവന് ഭയപ്പെടേണ്ടതില്ല
വാക്കുകൾ നുണകളായി മാറുന്നിടത്തെല്ലാം
ഒരിക്കൽ അവ തകർന്നടിഞ്ഞു പോകുന്നു
സത്യമായ നന്മ നിറഞ്ഞ ആശ്വാസം നൽകുന്ന
വാക്കുകൾക്ക് മുൻപിൽ മറ്റൊരു നുണകൾക്കും
നിലനിൽപില്ലെന്ന് മനസ്സിലാക്കി ജീവിച്ചാൽ
നമ്മുടെ വാക്കുകൾ നമുക്ക് നേരെ തന്നെ
തുറിച്ച് നോക്കുമ്പോൾ പതറാതെ മുന്നേറാം!

19. പ്രതീക്ഷ

ഓരോ പുലരിയും കൺതുറക്കുന്നത്
പല പല പ്രതീക്ഷകളോടെയാണ്
നാം ഓരോരുത്തരും ഈ ജീവിതത്തിൽ
ജീവിക്കുന്നത് ആ പ്രതീക്ഷകളിലൂടെയുമാണ്
എന്നാൽ ആ പ്രതീക്ഷകൾ പൂവണിയാതെ
പോകുമ്പോൾ ഉള്ള നൊമ്പരമേറെയാണ്.
എന്തിനാണ് നാം നമുക്ക് ജീവിക്കാൻ വേണ്ടി
മറ്റുള്ളവരിൽ പ്രതീക്ഷകൾ അർപ്പിക്കുന്നത്
നാം മറ്റുള്ളവർക്ക് കൊടുക്കുന്നതെല്ലാം
നമുക്ക് തിരികെ വേണമെന്ന വാശിയെന്തിന്!
തിരിച്ചൊന്നും ആഗ്രഹിക്കാതെ ആശിക്കാതെ
മറ്റുള്ളവരെ സഹായിക്കാൻ കഴിയില്ലെന്നോ!
പ്രതീക്ഷകളാൽ മുറിവേറ്റ് ജീവിക്കുന്നതിലും
നല്ലത് അതില്ലാതെ ജീവിക്കുന്നത് തന്നെയല്ലേ!
നിഷ്കാമ കർമ്മവും കരുണയും സ്നേഹവും
മാത്രമാണ് ശാന്തമായ ജീവിതത്തിനടിസ്ഥാനം

20. തെറ്റുകൾ

തെറ്റുകൾ പറ്റാത്തവരായി ആരാണുള്ളത്!
തെറ്റുകൾ മനുഷ്യ സഹജമാണുതാനും.
സ്വന്തം തെറ്റുകൾ സ്വയം തിരിച്ചറിഞ്ഞ്
തെറ്റു തിരുത്തി ജീവിക്കുമ്പോഴാണ്
ഒരു വ്യക്തി യഥാർത്ഥ മനുഷ്യനായി മാറുന്നത്
മറ്റുള്ളവർ നമ്മിൽ അർപ്പിക്കുന്ന വിശ്വാസവും
അവർ നമ്മിൽ കാണുന്ന സത്യസന്ധതയും
തെറ്റുകളാൽ തകർത്തെറിയാതിരിക്കുക.
നമ്മെ ആശ്രയിക്കുന്ന നമുക്കു ചുറ്റുമുള്ളവർ
നമുക്ക് തരുന്ന പരിഗണനയും സ്നേഹവും
മനസ്സിലാക്കി തെറ്റു തിരുത്തി ജീവിക്കുക.
വളരെ കുറച്ചു സമയത്തെ സന്തോഷത്തിനായി
വീണ്ടും വീണ്ടും തെറ്റുകളുടെ പുറകെ പോയി
നമ്മിൽ വിശ്വാസമർപ്പിച്ചവരെ വേദനിപ്പിക്കാതിരിക്കുക
തെറ്റുകൾ എത്ര തവണ എത്ര കാലം എങ്ങനെയെല്ലാം
മൂടിവയ്ക്കപ്പെട്ടാലും ഒരു നാൾ പുറത്തു വരും
അത് നമ്മിലും നമ്മെ സ്നേഹിക്കുന്നവരിലും
ഉണ്ടാക്കുന്ന ആഘാതം വളരെ വലുതായിരിക്കും
നമ്മുടെ തെറ്റുകൾ നമുക്ക് നേരെ വിരൽ ചൂണ്ടി
നിൽക്കുമ്പോൾ നമ്മളും തോറ്റു പോവുകയല്ലേ!

21. മാതൃത്വം

ഏതൊരു സ്ത്രീയും പൂർണ്ണയാകുന്നത്
അവളൊരു അമ്മയാകുമ്പോഴാണ്...
അവളുടെ ഉള്ളിലെ ജീവന്റെ ഉദയം മുതൽ
ആ ജീവൻ ഈ ഭൂമിയിൽ പിറക്കും വരെ
അവൾ കടന്നു പോകുന്ന തപസ്യയുടെ പുണ്യം.
ഓരോ സ്ത്രീയുടെയും ജന്മസാഫല്യം.
അവൾ പോലുമറിയാതെ അവളിലെ പല
സ്വഭാവങ്ങളെയും മാറ്റിമറിയ്ക്കുന്ന ഒരവസ്ഥ.
അവളിലെ അതുവരെ ആരും കാണാത്ത
കരുണയും വാത്സല്യവും സ്നേഹവുമെല്ലാം
അവൾ പോലുമറിയാതെ നിറഞ്ഞൊഴുകുന്നു.
ജീവിതത്തിൽ അവൾ മുറുകെ പിടിച്ചിരുന്ന
വാശികളും ആഗ്രഹങ്ങളും സ്വപ്നങ്ങളും
അവൾ ത്യജിക്കുന്നത് ആ ജീവനു വേണ്ടിയും..
പറക്കമുറ്റും വരെ നെഞ്ചോടു ചേർത്ത്
ലാളിച്ചും കൊഞ്ചിച്ചും കാവലായി അവൾ..
ചിറകുകൾ കൊടുത്ത് പറക്കാൻ വിട്ടാലും
അവളുടെ നെഞ്ചിലെ തീ അണയുന്നില്ല..
ഒരാപത്തും കൂടാതെ മക്കളെ സ്വന്തം കാലിൽ
നിൽക്കാൻ പ്രാപ്തരാക്കി ഒരു നിഴലായി
പ്രാർത്ഥനയോടെ ഒരമ്മയെന്ന പുണ്യം...

22. ചില സൗഹൃദങ്ങൾ

സൗഹൃദങ്ങൾ പല വിധത്തിലാകാം
നാം പോലുമറിയാതെ ചില മനുഷ്യർ
നമ്മുടെ ജീവിതത്തിൽ ഇടം പിടിക്കും.
നാം സുഹൃത്തെന്ന് കരുതുന്ന ചിലർ...
നാം അറിയാത്ത നമ്മെ അറിയുന്ന ചിലർ...
നാം ആഗ്രഹിക്കാതെ നമ്മിലേക്കെത്തിയ ചിലർ.
ചില സൗഹൃദങ്ങൾ നമുക്ക് നൊമ്പരവും
വേദനയും സമ്മാനിച്ച് കൊണ്ടിരിക്കുമ്പോൾ
നാം പോലും അറിയാത്ത നമ്മെ അറിയുന്ന
ചിലർ നമുക്ക് സന്തോഷം കൊണ്ടു തരുന്നു.
മറ്റു ചിലർ നമ്മുടെ പ്രതിസന്ധികളിൽ
തണലായി നമുക്കൊപ്പം നിൽക്കുന്നു...
ചില സൗഹൃദങ്ങൾ അവരുടെ ആവശ്യത്തിന്
വേണ്ടി മാത്രം നമ്മെ ഓർക്കുമ്പോൾ
മറ്റു ചിലർ നാം പോലുമറിയാതെ നമ്മുടെ
മനസ്സ് തൊട്ടറിഞ്ഞ് കൂടെ നിൽക്കുന്നു.

23. അക്ഷരനക്ഷത്രങ്ങൾ

അക്ഷരങ്ങൾ കൊണ്ട് രചനകളും
കാവ്യങ്ങളും കഥകളുമെഴുതി
മനുഷ്യമനസ്സുകളിലിടം നേടിയവർ
അവരുടെ വാക്കുകളും കവിതകളും
നമ്മിലേൽപ്പിക്കുന്ന വികാരങ്ങൾ
ആഴമേറിയതും അവിസ്മരണീയവുമാണ്
ആ അക്ഷരങ്ങളിലൂടെ നാമോരുത്തരും
സഞ്ചരിക്കുകയും പുത്തൻ കാഴ്ചകളുടെ
ഭാവനാ ലോകത്തിലേക്ക് നമ്മെ കൂട്ടികൊണ്ട്
പോവുന്നു ആ അക്ഷരനക്ഷത്രങ്ങൾ
നമ്മിൽ സന്തോഷങ്ങളും സങ്കടങ്ങളും
പ്രണയവും വിരഹവും വൈരാഗ്യവും
ഒക്കെ നിറക്കാൻ സാധിക്കുന്ന അക്ഷരങ്ങൾ
അവയിലൂടെ സഞ്ചരിച്ചു തുടങ്ങുമ്പോൾ
നാമോരോരുത്തരും എത്തിച്ചേരുന്നതും
നക്ഷത്രങ്ങളുടെ മായാ ലോകത്തും...
നമ്മിൽ മിന്നി തെളിഞ്ഞു മാഞ്ഞു പോകുന്ന
ആ നക്ഷത്രങ്ങളാകട്ടെ നമ്മുടെ വഴികാട്ടികൾ...

24. എൻ മനം

നിന്നിൽ നിന്നും അകലാൻ കഴിയാതെ
നിന്നിൽ അലിഞ്ഞു ചേരാൻ പറ്റാതെ
പിടഞ്ഞു കൊണ്ടിരിക്കുന്നതെൻ മനം
എത്രയേറെ നി നിന്റെ മനസ്സിനെ
എന്നിൽ നിന്നും മറച്ചു പിടിച്ചിട്ടും
ആ മനസ്സിന്റെ പിടച്ചിലും നൊമ്പരവും
എന്നെ വീർപ്പുമുട്ടിക്കുന്നതെൻ തോഴാ...
ഒന്നും ആഗ്രഹിക്കാതിരുന്നിട്ടും
ഒരു മോഹങ്ങളും ഇല്ലാതിരുന്നിട്ടും
നിന്നിൽ നിന്നും അകലേക്ക് പോകാനോ
ഓടിയൊളിക്കാനോ കഴിയുന്നില്ലെനിക്ക്...
നിന്നിൽ എനിക്ക് അവകാശങ്ങളില്ലെന്നും
നിൻ മനസ്സിൽ സ്ഥാനമില്ലെന്നും അറിഞ്ഞിട്ടും
ഞാൻ നിന്നിൽ കീഴടങ്ങിയിരിക്കുന്നു പ്രിയാ...
ഒരിക്കലും പുറത്തു കടക്കാനാകാത്ത വിധം
അടിമപ്പെട്ടു പോയിരിക്കുന്നു ഞാൻ നിന്നിൽ.

25. ആനന്ദ പ്രണയം

മനസ്സിനെ പുളകിതയാക്കുന്ന പ്രണയം
ഓരോ നിമിഷത്തിലും പടരുന്ന പ്രണയം
തിരിച്ചൊന്നുമാഗ്രഹിക്കാത്ത പ്രണയം
ഹൃദയം ആനന്ദ നൃത്തമാടുന്ന പ്രണയം
അങ്ങനൊരു പ്രണയത്തിൽ അലിഞ്ഞു
ചേർന്നു പോയിരിക്കുന്നെൻ മനം പ്രിയാ
പറഞ്ഞറിയിക്കാൻ കഴിയാത്തൊരു
ഉന്മാദാവസ്ഥയിൽ തുള്ളിക്കളിക്കുന്നെന്നിൽ
സ്വയം ആസ്വദിച്ച് സ്വയം അതിലലിഞ്ഞ്
അതിൽ തന്നെ നിർവൃതിയടയുന്നു ഞാൻ

26. പരദൂഷണം

സ്വന്തം സന്തോഷത്തിന് വേണ്ടിയോ
വേറൊരു പണിയും ഇല്ലാതെ വരുമ്പോഴോ
ആർക്കും ആരെക്കുറിച്ചും പറയാവുന്നത്...
എല്ലില്ലാത്ത നാക്ക് എങ്ങിനെ എപ്പോൾ
വേണമെങ്കിലും വളച്ചുണ്ടാക്കിയെടുത്തത്...
സ്വന്തം ജീവിതത്തിൽ നടന്നു കാണാത്തത്
മറ്റു ചിലരുടെ ജീവിതങ്ങളിൽ നടക്കുമ്പോൾ
അസൂയയും കുശുമ്പും മറ്റെന്തൊക്കെയോ
ചിലരിലൂടെ പുറത്തേക്കൊഴുകിയിറങ്ങും...
അത് പറയുന്നവനും കേൾക്കുന്നവനും
കുറച്ചു നേരത്തെ നേരമ്പോക്കും
സന്തോഷവും നൽകുന്നുണ്ടായിരിക്കാം...
അത് ആരെ പറ്റി പറയുന്നതായാലും ശരി
ആ മനസ്സിനെ കൂടി മനസ്സിലാക്കാൻ കഴിയുന്ന
ഒരു മനുഷ്യ ജന്മമാണെങ്കിൽ അത് പുണ്യം...
അല്ലാതെ ആകുന്നുണ്ടെങ്കിൽ ആ മനസ്സിന്
ഏൽപ്പിക്കുന്ന മുറിവും ആഴവും വ്യാപ്തിയും
അതിലും ആഴത്തിൽ തിരിച്ചെത്തുമെന്നോർക്കുക!

27. എഴുത്ത്

അക്ഷരങ്ങൾ വാക്കുകളായി തീരുമ്പോൾ
അത് മറ്റുള്ളവരിൽ ചലനങ്ങളുണ്ടാക്കും
ചില വാക്കുകൾ സന്തോഷം നൽകുമ്പോൾ
ചിലതെല്ലാം നമ്മിലെ മുറിവിനെ നോവിക്കും
എഴുത്ത് ശാപമാണോ അതോ അനുഗ്രഹമോ?
എഴുതാനുള്ള അവകാശം നഷ്ടമാകുന്നുവോ!
ഒറ്റക്കായി തീരുന്ന ജീവിതങ്ങൾ പലരും
അക്ഷരങ്ങളെയും വരികളെയും പ്രണയിക്കും
പ്രണയം തെറ്റെന്ന് കരുതുന്ന ചിലരെങ്കിലും.
ആ എഴുത്തിനെയും അപഹാസ്യമായി കരുതും
എഴുത്തിനാൽ വിമർശിക്കപ്പെടാത്തവരാരുണ്ട്
അക്ഷരങ്ങളാൽ ക്രൂശിക്കപ്പെട്ട ജന്മങ്ങൾ!
അക്ഷരങ്ങളാകുന്ന അറിവ് വെളിച്ചമല്ലേ...
എന്നിട്ടും അത് ഇരുട്ടിലേക്ക് നയിക്കുന്നുവോ!

28. നിയോഗം

ചില നിയോഗങ്ങൾ അങ്ങനെയാണ്
ആരൊക്കെ ആരുടെയൊക്കെ
ജീവിതങ്ങളിൽ കയറിപ്പറ്റുമെന്നോ
ഒന്നും പറയാതെ പടിയിറങ്ങി പോകുമെന്നോ
പറയാൻ നമുക്കാർക്കും കഴിയില്ല...
നമ്മോടു അനുവാദം ചോദിച്ചും അല്ലാതെയും
അവർ നമ്മിലേക്ക് ഓടികയറും
അനുവാദം കൂടാതെ ഇറങ്ങി പോകുവാനായ്...
വളരെ ചുരുങ്ങിയ സമയം കൊണ്ട്
നമുക്കേറെ പ്രിയപ്പെട്ടവരായി മാറിയവർ...
ഇറങ്ങി പോകുമ്പോൾ മനസ്സിനേൽക്കുന്ന
ആഘാതവും നൊമ്പരവുമേറെയാണ്...
നിയോഗമെന്നോ വിധിയെന്നോ കരുതി
ആശ്വാസം കണ്ടെത്താൻ ശ്രമിക്കുമ്പോഴും
ഈ ലോകത്തേക്ക് തനിച്ചു വന്ന നമ്മളെല്ലാം
ഒറ്റയ്ക്കായി തീരുമെന്നുറപ്പിക്കുമ്പോഴും
മനസ്സിന്റെ പിടച്ചിലുകൾ അവസാനിക്കുന്നില്ല!

29. സ്വാർത്ഥത

നമുക്കു ചുറ്റുമുള്ള ചില മനുഷ്യരങ്ങനെയാണ്
സ്വാർത്ഥത മാത്രം മുതൽക്കൂട്ടായവർ
സ്വന്തം സന്തോഷത്തിനും സുഖത്തിനും വേണ്ടി
ആരെയും വേദനിപ്പിക്കാൻ മടിയില്ലാത്തവർ
മറ്റുള്ളവരുടെ മനസ്സ് കാണാൻ കഴിയാത്തവർ
അവരുടെ സാഹചര്യങ്ങളും അവസ്ഥയും
കാണാൻ കഴിയാത്ത കാഴ്ച നഷ്ടപ്പെട്ടവർ
ദുരഭിമാനികളും സ്വാർത്ഥരുമായ അവരുടെ
നിഴൽ പോലും നമ്മിൽ ചലനങ്ങളുണ്ടാക്കും
ഉറ്റവരോ ഉടയവരോ അവരാരുമാകട്ടെ
അവരിൽ നിന്നും അകന്നു നിൽക്കുന്നത്
തന്നെയാണ് നന്മയുള്ള മനുഷ്യർക്ക് ഉചിതം...

30. പ്രതിസന്ധികൾ

നാം ഒരോരുത്തരും അവരവരുടെ രംഗങ്ങൾ
ഈ ജീവിതത്തിൽ ആടി തീർക്കുമ്പോൾ
പല തരത്തിലുള്ള പ്രതിസന്ധി ഘട്ടങ്ങളിൽ
പ്രജ്ഞയറ്റു പോകാറുള്ളവരായിരിക്കാം
ഒരിക്കലും ചിന്തിക്കാത്ത ആഗ്രഹിക്കാത്ത
തിരിച്ചടികൾ നേരിടേണ്ടി വരുന്ന വേളയിൽ
ഏതൊരു സാധാരണ മനുഷ്യനെയും പോലെ
ഈ അഭിനയത്തിൽ കാലിടറി പോയേക്കാം
ഇനിയെന്തെന്നും ഏതെന്നുമുള്ള ചോദ്യങ്ങൾ
ഒരുത്തരമില്ലാതെ നമ്മെ തുറിച്ചു നോക്കിയേക്കാം
എന്നാൽ ഈ കൊച്ചു ജീവിതത്തിൽ നാം
നേരിടേണ്ടി വരുന്ന എല്ലാ പ്രതിസന്ധികളും
നമ്മെ കരുത്തുറ്റതാക്കാൻ ഈ പ്രപഞ്ചം
നമുക്കു തരുന്ന പരീക്ഷണങ്ങൾ മാത്രമാണെന്നും
അതെല്ലാം നമ്മുടെ നന്മയ്ക്കാണെന്നും
കരുതി ജീവിക്കാൻ ശ്രമിച്ചാൽ ഒരുപക്ഷേ
നാം നമ്മോട് കാണിക്കുന്ന നീതിയാകുമത്...

31. തുണ

ഓരോ മനുഷ്യരും ചില സമയങ്ങളിലെങ്കിലും
ഒറ്റപ്പെട്ടു പോയെന്ന് തോന്നുന്നവരായിരിക്കും
നമ്മൾ നമ്മളെക്കാളേറെ സ്നേഹിച്ചവർ
നമ്മെ വിട്ടു പോകുന്ന സന്ദർഭങ്ങളിൽ
നമുക്ക് മുൻപിൽ ഒരു ശൂന്യത മാത്രമാകും...
അങ്ങനെ ആ ഇരുട്ടിൽ ഒറ്റപ്പെടുമ്പോൾ
നമ്മൾ കൂടെ ഉണ്ടാകുമെന്ന് കരുതിയവർ
നമ്മെ ഒറ്റയ്ക്കാക്കി പോയെന്നും വരാം...
എല്ലാം നഷ്ടപ്പെട്ട ആ അവസ്ഥയിൽ നമുക്ക്
തുണയായി വരുന്നവരാകട്ടെ അപരിചിതരും!
അങ്ങനെ ചില മനുഷ്യരെയെങ്കിലും ദൈവം
നമുക്ക് തുണയാകാൻ കരുതി വച്ചിരിക്കും.
അവർ ആ ഇരുട്ടിൽ നിന്നും വെളിച്ചത്തിലേക്ക്
നമ്മെ കൈ പിടിച്ചു കയറ്റുകയും ചെയ്യുന്നു.
അങ്ങനെ പരിചിതരാകുന്ന ആ അപരിചിതർ
നമുക്ക് നൽകുന്നതോ നമ്മുടെ സ്പനങ്ങൾക്ക്
പുത്തൻ പ്രതീക്ഷകളും പുതു ജീവിതവും!
അങ്ങനെയുള്ളവരെ ചേർത്തുപിടിക്കാൻ
കഴിഞ്ഞാൽ അതാകും നമ്മുടെ ജീവിത വിജയം!

32. ഓർമകൾ

നീ എനിക്കായ് തന്നതെല്ലാം മറക്കാൻ
ഈ ജന്മത്തിലെനിക്ക് സാധ്യമല്ല.
ആത്മാവിലലിഞ്ഞു ചേർന്നതെല്ലാം
വേർപ്പെടുത്താനാകാത്ത വിധം
ഒന്നുചേർന്നു പോയിരിക്കുന്നു.
നീ നൽകിയ മയിൽപ്പീലിത്തുണ്ടും
പാടി തന്ന പാട്ടിന്റെ ഈണവുമെല്ലാം
ഹൃദയത്തിൽ മായാതെ നിൽക്കുന്നു.
ജീവിക്കാനുള്ള കാരണം തന്നെ ആ
നല്ല ഓർമകളാകുമ്പോൾ അതെല്ലാം
മറക്കുന്നതെങ്ങനെയാണ് ഞാൻ...
എന്നിലെ എന്നെ മറ്റാരെക്കാളും
അറിയുന്ന നിന്നെ വേണ്ടെന്ന് വെച്ചു
പോകാൻ എനിക്ക് കഴിയുമോ!
ഇനിയെത്ര ജന്മമെടുത്താലും നിന്റെ
മാത്രമാകാൻ കഴിഞ്ഞില്ലയെങ്കിൽ
എന്റെ ജന്മം വെറും പാഴ്ജന്മമല്ലേ!

33. എന്നച്ഛൻ

ഒരു മകളെ ജീവനു തുല്യം സ്നേഹിച്ച
അവൾക്ക് കരുത്തും തണലും നൽകിയ
അവളെ ഉയർന്നു പറക്കാൻ പഠിപ്പിച്ച
സംരക്ഷണവും സുരക്ഷിതത്വവുമേകിയ
അവളുടെ സ്വപ്നങ്ങളുടെ ചിറകിലേറി
സ്വതന്ത്രയായി ജീവിക്കാൻ പഠിപ്പിച്ച
അവളുടെ സങ്കടങ്ങളെ സ്വന്തം നെഞ്ചേറ്റിയ
അവളെ മുറിവേല്പിക്കാത്ത ഒരേയൊരാൾ...
പരാതികളും പരിഭവങ്ങളുമേതുമില്ലാത്ത
എല്ലാവരെയും ഒരുപോലെ കാണാനും
സ്നേഹിക്കാനും സഹായിക്കാനും പഠിപ്പിച്ച
പുഞ്ചിരിക്കാൻ മാത്രമറിയുന്ന എന്നച്ഛൻ...
ആ വൻമരത്തിന്റെ തണലിൽ നാളിതുവരെ
അനുഭവിച്ച സൗഭാഗ്യങ്ങളത്രയും അവൾ
തിരിച്ചറിയുന്നത് ആ അരയാൽ വൃക്ഷം
കടപുഴകി വീണപ്പോൾ മാത്രമാണല്ലോ...
ആ അച്ഛന്റെ ഈ ജന്മദിനത്തിൽ നൽകാൻ
ഈ ആത്മാംശത്തിന്റെ സ്നേഹ പ്രണാമം!

34. ജീവിത യാത്ര

ഹ്രസ്വമായ ഈ ജീവിത യാത്രയിൽ
വീണു കിട്ടുന്ന ഓരോ നിമിഷവും
വളരെയേറെ വിലയേറിയതാണ്...
മധുരമേറിയ അനുഭവങ്ങളെ കൂടെ കൂട്ടിയും
കയ്പേറിയതും വേദന നിറഞ്ഞതുമായ
നിമിഷങ്ങളെ പാടേ മറന്നു കളഞ്ഞും നാം
ഓരോരുത്തരും ജീവിക്കാൻ ശ്രമിച്ചാൽ
ഈ ജീവിതമെത്ര മനോഹരമാണ്...
ജീവിതത്തിൽ മറക്കേണ്ടത് മറക്കാനും
ഓർമ്മിക്കേണ്ടത് ഓർത്തു വയ്ക്കാനും
ഓരോ മനുഷ്യരും പഠിച്ചു കഴിഞ്ഞാൽ
പരാതികളും പരിഭവങ്ങളും ഇല്ലാതാകും....
മറ്റുള്ളവരോട് കരുണയോടും ദയയോടും
കൂടി പെരുമാറാനും സാധിക്കുന്നുണ്ടെങ്കിൽ
നമ്മുടെ ഓരോരുത്തരുടെയും ഈ ജീവിതം
വളരെയേറെ അർത്ഥപൂർണ്ണമായിത്തീരുകല്ലേ!

35. എന്റെ ജീവിതം

ഒത്തിരിയേറെ സ്വപ്നങ്ങളുമായി
തുടങ്ങിയതാണ് ഞാനും എന്റെ ഈ ജീവിതം
ആകാശത്തോളം ഉയരങ്ങളിലേക്ക്
ചിറക് വിരിച്ച് പറക്കാൻ കൊതിച്ചു.
കൂട്ടിനായി കൈ പിടിച്ചു കൂടെ നടക്കാൻ
എന്റെ പാതി എന്റെ കൂടെ കാണും എന്ന്
ആഗ്രഹിച്ചും സന്തോഷിച്ചും നെയ്ത
സ്വപ്നങ്ങളേറെയും പൊലിഞ്ഞു പോയി
അങ്ങനെ എന്റെ ഈ ജീവിതം പിന്നെ
ചരടറ്റ പട്ടം പോൽ താനേ പറന്നു തുടങ്ങി
കൂടെ കാണുമെന്ന് വിശ്വസിച്ചവരെല്ലാം
പാതി വഴിയിൽ എന്തേ വിട്ടിട്ട് പോയി...
ഒറ്റയ്ക്ക് പറക്കാനാണോ ഈ ജീവിതം
എന്നോട് പറയാതെ പറഞ്ഞു പോകുന്നത്...
എന്നിട്ടും ഇനിയുമേറെ പ്രതീക്ഷകളുമായി
എന്റെ ഈ ജീവിതം പിന്നെയും ബാക്കി...

36. സത്യവതി

ആരാണ് നീയെന്ന ഈ സത്യവതി!
രാജകൊട്ടാരത്തിൽ ജനിക്കേണ്ടവൾ
പെറ്റമ്മയ്ക്കേറ്റ ശാപഫലത്താൽ
മുക്കുവ സ്ത്രീയായി ജീവിച്ചവൾ
മത്സ്യത്തിന്റെ ഗന്ധമുള്ള മത്സ്യഗന്ധി!
ഗംഗാനദിയിലെ തോണിക്കാരി കാളി
അപ്സര സ്ത്രീയായ അമ്മയിൽ
ജന്മം കൊണ്ടതിനാൽ സൗന്ദര്യവതി
ആ സൗന്ദര്യം ശാപമായി തീർന്നപ്പോൾ
നിൻ സമ്മതം കൂടാതെ നിന്നെ പ്രാപിച്ച
ഋഷിയിൽ ഒരു പുത്രന് ജന്മം നൽകിയവൾ
തന്റെ ഇംഗിതം സാധിപ്പിച്ചതിൽ മുനിയുടെ
പാരിതോഷികങ്ങളോ രണ്ട് വരങ്ങളും!
ഒരു പുത്രന് ജന്മം നൽകിയിട്ടും അങ്ങനെ
കന്യാകാത്വം നഷ്ടപ്പെടാത്തവളായി നീ.
പിന്നെയോ മത്സ്യഗന്ധം പേറിയവളായ നീ
കസ്തൂരിഗന്ധപരിമളം മണക്കുന്നവളായി മാറി
മഹാവിഷ്ണുവിന്റെ അംശാവതാരമായ
വേദവ്യാസന് ജന്മം നൽകിയ പുണ്യവതി!
കസ്തൂരിഗന്ധിയായ നിന്നിൽ ശന്തനു
മഹാരാജാവിന് തോന്നിയ അനുരാഗം
നിന്നെ എത്തിച്ചതോ രാജകൊട്ടാരത്തിൽ!

അങ്ങനെ ശന്തനു മഹാരാജാവിന്റെ
പ്രിയപത്നിയായും പിന്നീട് രാജമാതാവായും
മുന്നുതലമുറ വാഴാൻ കഴിഞ്ഞവൾ നീ!
ശന്തനു മഹാരാജാവിൽ രണ്ട് പുത്രന്മാർക്ക്
കൂടി ജന്മം നൽകാൻ കഴിഞ്ഞ പുണ്യജന്മം!
അവസാനം വാനപ്രസ്ഥം സ്വീകരിച്ച്
പരലോകം പ്രാപിച്ച തപസ്വിനിയല്ലേ നീ...!

37. നിനക്കായ്

നീ എനിക്കായ് നൽകിയതെല്ലാം
നിന്റെ ദാനമാണെന്നറിയാം...
അതെല്ലാം അനുഭവിക്കാനുള്ള ഒരു
യോഗ്യതയും അർഹതയും എനിക്കില്ലെന്നും...
അതുകൊണ്ട് തന്നെ മോഹങ്ങളും
സ്വപ്നങ്ങളും ഒന്നും തന്നെയില്ലെങ്കിലും
മനസ്സിൽ നിറഞ്ഞു തുള്ളുമ്പുന്ന ആഹ്ലാദം
വികാരങ്ങൾ ഒന്നും നിയന്ത്രിക്കാനാകുന്നില്ല...
അർഹതയില്ലാത്തതാണെന്ന ബോധം
പലതും പറയാൻ കഴിയാത്തതാക്കുന്നു...
ഒരേയൊരു വാക്കിൽ തുറക്കുന്നതെൻ മനം.
ആ കാൽ ചുവട്ടിൽ കിടക്കുന്ന ഈയുള്ളവൾ
നിനക്കായ് ഇവിടെ എന്നും ഉണ്ടായിരിക്കും
നിന്റെ നന്മയ്ക്കായുള്ള പ്രാർത്ഥനയോടെ...
നീ ആഗ്രഹിച്ചതെല്ലാം നേടുന്നത് കാണാൻ..

38. സ്വപ്ന സാക്ഷാത്കാരം

ജീവിതത്തിൽ നാം ആഗ്രഹിച്ചതെല്ലാം
സ്വപ്നം കണ്ട കിനാക്കളെല്ലാം
ഒരിക്കൽ പൂവണിയുക തന്നെ ചെയ്യും
ഈ പ്രപഞ്ചം അതിനായി പലരെയും
നമ്മുടെ ജീവിതത്തിൽ കൊണ്ടുതരും
കാലമെത്ര കഴിഞ്ഞാലും സമയം എത്ര
കടന്നു പോയി എന്നിരിക്കലും നമ്മുടെ
ഉള്ളിൽ കത്തുന്ന ആശകളുടെ കനൽ
കെടാത്തിടത്തോളം കാലം അതെല്ലാം
നമ്മെ തേടിയെത്തുക തന്നെ ചെയ്യും
ആ നിർവൃതി മനസ്സിൽ നിറയ്ക്കുന്ന
സന്തോഷവും ആത്മ സംതൃപ്തിയും
പറഞ്ഞറിയിക്കാൻ കഴിയാത്തതുമാണ്.
സ്വയം അർഹതയില്ലാത്തതാണെന്നും
അനുഭവിക്കാൻ യോഗമില്ലന്നുമെല്ലാം
നാം പറഞ്ഞും മനസ്സിനെ പഠിപ്പിച്ചും
നമ്മുടെ ജീവിതത്തിൽ ഒഴിവാക്കിയതെല്ലാം
ഒരിക്കൽ നമുക്കായ് തിരികെയെത്തുന്നു.

39. ആത്മാവിന്‍റെ ലയനം

എന്നിലെ എല്ലാ വികാരങ്ങളെയും
വീണ്ടും തൊട്ടുണർത്തിയവനാണ് നീ ...
നിന്റെ കണ്ണുകളിലെ നോട്ടങ്ങിലൂടെയും
നിന്റെ വാക്കുകളിലെ വശ്യതയിലും
അടിതെറ്റി പോയവളാണ് ഞാൻ ...
ഓരോ തവണയും ആശകളും
മോഹങ്ങളും തന്ന് കൊതിപ്പിച്ചു നീ
കടന്നു കളയുമ്പോഴും പ്രിയനേ ഞാൻ
നിന്നിലേയ്ക്ക് ആഴ്ന്നിറങ്ങാൻ കൊതിക്കും
ആത്മാവുകൾ തമ്മിലുള്ള ലയനത്തിനായ്
നിന്നിൽ അലിഞ്ഞു ചേർന്ന് ഒന്നാകാൻ

40. തീരുമാനങ്ങൾ

നമ്മുടെ എല്ലാവരുടെയും ജീവിതത്തിൽ
പലപ്പോഴും ഇനിയെന്ത് എന്ന ചോദ്യം
തലയുയർത്തി നിൽക്കാറുണ്ട് പലപ്പോഴും
അത്തരം സന്ദർഭങ്ങളിൽ ഉചിതമായ
തീരുമാനങ്ങൾ എടുക്കാൻ പറ്റുമോ എന്ന
ഭയം നാം ഓരോരുത്തർക്കും ഉണ്ടാകും
നമ്മുടെ മന:സാക്ഷിക്ക് ശരിയെന്ന് തോന്നുന്ന
തിരുമാനങ്ങൾ തിരഞ്ഞെടുക്കുമ്പോൾ
നാം പലപ്പോഴും ഒറ്റപ്പെട്ടു പോകാറുണ്ട്
പലരിൽ നിന്നും അത്തരം സന്ദർഭങ്ങളിൽ
അവഗണനകൾ ഏറ്റുവാങ്ങാറുമുണ്ട്
എന്നാൽ സ്വന്തം മനസ്സിന്റെ സമാധാനവും
സന്തോഷവും മുൻനിർത്തി എടുക്കുന്ന
തീരുമാനങ്ങൾ ശരിയായി വരികയും ചെയ്യും
ഇന്നല്ലെങ്കിൽ നാളെ കാലം തെളിയിക്കുമത്!
ചുറ്റിനുമുള്ളവരുടെ വാക്കുകൾക്ക് വില
കൊടുക്കുമ്പോൾ സ്വയം വഞ്ചിക്കാതിരിക്കുക!

41. നിർവികാരത

അവൾ പിന്നിട്ട വഴികളിലെ കനലുകൾ
ആ മനസ്സിലെരിയുന്ന നെരിപ്പോടുകൾ
അവളുടെ മുഖത്ത് പ്രതിഫലിച്ചു കാണുന്ന
ആ നിസംഗഭാവം വിളിച്ചോതുന്നുണ്ടായിരുന്നു
ജീവിതത്തിലെ പ്രതീക്ഷകളും സ്വപ്നങ്ങളും
എല്ലാം അസ്തമിച്ചു കഴിഞ്ഞിരിക്കുന്നുവെന്ന്
യാന്ത്രികമായി ഈ ജീവിതം ജീവിച്ചു
തീർക്കുന്നതിൻ്റെ ആ നിർവികാരത
അവളെയാകെ ശ്വാസംമുട്ടിക്കുന്നതായിരുന്നു
സ്വയം തീർത്ത ചങ്ങലയിൽ സ്വയം ബന്ധിച്ച്
അവൾ അവളെ അതിൽ സ്വയം കുഴിച്ച് മൂടി.
അതിൽ നിന്നും പുറത്തു കടക്കാനാകാതെ
പ്രാണൻ പിടയുമ്പോഴും സ്വന്തം വിധിയെന്ന്
വിളിച്ചതിനെ അവൾ സ്വയം മുദ്രകുത്തി...
മറ്റും പലരും ചാർത്തി തന്ന വേഷങ്ങൾ
ആടി തീർക്കാനവൾ നന്നേ പാടുപെട്ടു.
സ്വയം രക്ഷപ്പെടണമെന്ന് ആഗ്രഹിച്ചിട്ടും
കഴിയാത്ത ആ നിർവികാരതയിലവൾ തേങ്ങി.

42. സിന്ദൂരം

സുമംഗലിയായ ഭാരതീയ സ്ത്രീയുടെ
സീമന്തരേഖയിൽ അണിയുന്ന സിന്ദൂരം
ഒരു പുരുഷനാൽ സംരക്ഷിക്കപ്പെടുന്ന
പെണ്ണിൻ ഉടലിനടയാളം മാത്രമാണോ!
സീമന്ത രേഖയിലെ സിന്ദൂരം പുരുഷനാൽ
കന്യകാത്വം നഷ്ടമായവളെന്ന സൂചനയാണ്.
ഗർഭം ധരിക്കാനും ഒരമ്മയാകാനുമുള്ള
അവളുടെ കഴിവിൻ്റെ പ്രതീകമാണത്.
ആർത്തവ രക്തത്തിൻ്റെ ആ ചെഞ്ചുവപ്പ്
ഗർഭധാരണ ശേഷിയുടെ അടയാളവും.
അവളുടെ പുരുഷൻ്റെ ദീർഘായുസിനായി
അവൾ അണിയുന്ന പ്രാർത്ഥനയാണത്.
അവളുടെ നിറുകയിൽ പുരുഷൻ ചാർത്തിയ
സിന്ദൂരം അവൻ്റ സംരക്ഷണ വാഗ്ദാനമാണ്.
ആ കുങ്കുമച്ചുവപ്പ് അവളിലെ ശക്തിയുടെ
സ്രോതസും അവളിലെ ഊർജ്ജവുമാണ്.

43. മനസ്സിൻ്റെ വെമ്പൽ

നീ കൂടെയില്ലാത്തപ്പോഴും മനസ്സ്
നിനക്ക് പുറകെ പായുകയാണ്
നീ എന്നിൽ അലിഞ്ഞു ചേരാൻ
കൊതിക്കുകയാണ് എൻ മനം
അർഹിക്കാത്തതതാണെന്നറിയാം
മനസ്സിനെ ചങ്ങലയ്ക്കിടാൻ കഴിയാതെ
നിന്നിൽ ചെയ്തിറങ്ങാനുള്ള വെമ്പൽ.
ഈ താപമെന്നെ ചുട്ടു പൊള്ളിക്കുന്നു
എത്ര മറച്ചു പിടിക്കാൻ ശ്രമിച്ചാലും
വീണ്ടും വീണ്ടുമത് പ്രബലമാകുന്നു.

44. നിയെന്ന വസന്തം

നിന്നെ എന്നിലേക്ക് എത്തിച്ചത്
ആരുടെ നിയോഗമായിരിക്കും
ഞാൻ കിനാവുകണ്ടിരുന്ന എൻ്റെ
മാത്രം സ്വപ്നങ്ങളോ അതോ
നിന്നിലും എന്നിലും നിറഞ്ഞു
നിൽക്കുന്ന പരമാത്മ ചൈതന്യമോ!
ഒരിക്കലും ആശിച്ചു മോഹിച്ചു
കൊണ്ടു നടന്ന പ്രണയമല്ല അത്
ഒരിക്കലും ആഗ്രഹിക്കാതെ എന്നിൽ
പൂത്തു തളിർത്തൊരു വസന്തമാണ് നീ!
എന്നിൽ എത്ര പെയ്തിറങ്ങിയിട്ടും
കുളിരാത്ത തോരാമഴയാണ് നീ!
ചില ബന്ധനങ്ങൾ അങ്ങനെയാണ്
നമ്മൾ പോലുമറിയാതെ അവർ
നമ്മിൽ വേരൂന്നി കഴിഞ്ഞിരിക്കും
തിരിച്ചിറങ്ങി പോകാൻ കഴിയാതെ
വലിച്ചു പറിച്ചെറിയാൻ കഴിയാതെ
മോഹിപ്പിച്ച് നമ്മെ വട്ടം കറക്കുമത്!
അങ്ങനെ നീയെന്ന ആ വസന്തത്തിൽ
മോഹവലയത്തിൽ പെട്ടുഴലുന്നു ഞാൻ!

45. പ്രാണ പ്രതിഷ്ഠ

ദശരദ നന്ദനൻ കൗസല്യാത്മജൻ
അയോദ്ധ്യാപതിക്കിന്ന് പ്രാണ പ്രതിഷ്ഠ!
മൈഥിലി പതി മര്യാദ പുരുഷോത്തമന്
ധർമ്മ കവചത്തെ തിരുമാറിലേന്തിയ
സത്യവച പരിപാലകനായ രഘുപതിക്ക്
ഉത്തമ പുരുഷൻ രാഘവ രാമന് പ്രണാമം!
മഹാപതിവ്രത ജാനകി പതി ശ്രീരാമദേവന്
ദാശരഥി പുത്രൻ സഹനശീലൻ രാമന്
രാമജന്മഭൂമി അയോദ്ധ്യ പുരിയിലെ തൻ്റെ
ഗർഭഗൃഹത്തിലേക്ക് സുസ്വാഗതം!

46. മാറ്റം

കാലത്തിൻ്റെ അനിവാര്യതയാണത്
എല്ലാറ്റിലും പ്രകടമായ ഒന്നാണത്
നമ്മൾ പോലുമറിയാത്ത മാറ്റങ്ങൾ
നമ്മൾ സ്വയം എടുത്തണിഞ്ഞ മാറ്റം!
ഓന്തിനെ പോലെ നിറം മാറുന്നവരും
നാം തന്നെ മാറ്റിയെടുത്ത ചിലതും.
ഈ എല്ലാ മാറ്റങ്ങൾക്കും കാരണം
നമുക്കു ചുറ്റുമുള്ളവർ തന്നെയല്ലേ!
നാം മാറിയെന്ന് പറയുന്ന പലർക്കും
അതിൻ്റെ കാരണവും അറിയേണ്ടേ!
നമ്മിലെ ആ മാറ്റങ്ങൾ മറ്റുള്ളവർക്ക്
അലോസരവും അവഗണനയും നോവും
നൽകാതിരിക്കാൻ ശ്രമിക്കുമ്പോഴും
അതെത്ര നമ്മെ മാറ്റിയെന്ന് നാമറിയുന്നില്ല!
നമ്മിൽ വേരൂന്നിയ നിലപാടുകളും
ചിന്താഗതികളും മാറി തുടങ്ങുമ്പോൾ
നാമും ആ മാറ്റത്തിന് വിധേനയായി മാറുന്നു.

47. സ്വാഭിമാനം

സ്വന്തം ജീവിത വിജയവും നേട്ടങ്ങളും
നമ്മിൽ തന്നെയാണ് നിലകൊള്ളുന്നത്.
നമ്മുടെ സന്തോഷം കുടികൊള്ളുന്നത്
നമുക്ക് ചുറ്റുമുള്ളവരിലാണെന്ന തോന്നൽ
വെറും മിഥ്യാ ധാരണ മാത്രമാണെന്നറിയുക.
സ്വയം സ്നേഹിക്കാനും ബഹുമാനിക്കാനും
സ്വന്തം മൂല്യത്തെ ഉയർത്തി പിടിക്കാനും
ശ്രമിക്കുമ്പോൾ നാമും ഉയർച്ചയിലെത്തും!
സ്വാഭിമാനം അടിയറ വെയ്ക്കാത്തതും
സ്വയം ആത്മപുച്ഛം നടത്താതിരിക്കുന്നതും
ദുരഭിമാനം വെടിഞ്ഞ് പ്രവർത്തിക്കുന്നതും
സജ്ജനങ്ങളുടെ ലക്ഷണമാണെന്നറിയൂ...
സ്വന്തം വ്യക്തിത്വം പണയം വെയ്ക്കാതെ
ജീവിക്കാൻ കഴിയുന്നതും നേട്ടമെന്നറിയൂ...

48. തനിച്ചായ കുഞ്ഞു പക്ഷി

തൻ്റെ സ്വപ്നങ്ങളുടെ ചിറകിലേറി
ആകാശത്തിലെ മേഘങ്ങൾക്കിടയിൽ
പറക്കാനാശിച്ച ആ കുഞ്ഞു പക്ഷി...
അവൾക്കവളുടെ ഒരു പൊൻ ചിറക്
നഷ്ടമായതോർത്തവൾ തേങ്ങി...
തനിച്ചിരിക്കുമ്പോൾ തൻ്റെ മനസ്സിലെ
നോവുകൾ അതിനെ തളർത്തിയിട്ടും
കൂട്ടിനാരുമില്ലാതെ ഒറ്റയ്ക്കായിട്ടും
മധുരമായി പ്രത്യാശയോടത് പാടി...
ഒറ്റച്ചിറകിൽ പറക്കാൻ കഴിയില്ലെന്ന
തിരിച്ചറിവിലും തൻ്റെ മോഹങ്ങളെ
താലോലിച്ച് ആ പക്ഷി ജീവിക്കുന്നു...
ഇനിയൊരിക്കലും പഴയ പോലെ
പറക്കാൻ കഴിയില്ലെന്നറിഞ്ഞിട്ടും
സ്വന്തം കൂട്ടിൽ സ്വയം ബന്ധിച്ചിട്ടും
തോൽക്കാൻ മനസ്സില്ലാതെ ആ പക്ഷി
പിന്നെയും പിന്നെയും പാടുകയാണിന്നും.

49. കരുതൽ

പറഞ്ഞറിയിക്കാനാകാത്ത നൊമ്പരം
കൊണ്ട് നമ്മുടെ മനം പിടയുമ്പോഴെല്ലാം
ചിലർ ഒരു നിയോഗം പോലെ നമ്മുടെ
ജീവിതത്തിലേക്ക് ഓടി കയറി വരും...
അവർ നൽകിയ കരുതലും സ്നേഹവും
ഒരിക്കലും നമ്മെ വിട്ടു പോകാതെ
നമ്മിലൊരു നനുത്ത ഓർമ്മയായി
മനസ്സിൽ നിറഞ്ഞു നിൽക്കുകയും ചെയ്യും...
അങ്ങനെ ചില നല്ല മനുഷ്യരുടെ കരുണയും
ദയയും നമ്മുടെ ജീവിതം പോലും മാറ്റും...
സ്വന്തം സങ്കടങ്ങളിലും വിഷമങ്ങളിലും
പെട്ടുഴലുമ്പോഴും മറ്റുള്ളവരുടെ ജീവിതത്തിൽ
തണലേകാനും ആശ്വാസമാകാനും ശ്രമിക്കുന്ന
ആ മനുഷ്യരുടെ ദാനമാണ് ചില ജീവിതങ്ങൾ...
ചുറ്റുമുള്ളവർക്ക് കരുതലേകാൻ വിധി
നിയോഗിച്ച പുണ്യജന്മങ്ങളാണവർ...

50. വ്യത്യസ്ത മനുഷ്യർ

മനസ്സിൻ്റെ ഉള്ളറകളിലേക്ക് എത്തി നോൽക്കുന്നത്
ചിലപ്പോഴൊക്കെ
കൗതുകം ഉണർത്തുന്ന കാഴ്ചയാണ്...
നമുക്കു ചുറ്റിനുമുള്ളവരെ വെറുതെ
നിരീക്ഷിക്കുന്നതും രസകരം തന്നെ.
എത്രയെത്ര വ്യത്യസ്തരായ മനസ്സുകൾ
സ്വന്തം ജീവിതത്തിലെ നഷ്ടങ്ങളെയും
വേദനകളെയും ഉള്ളിലൊതുക്കുന്നവർ...
എന്നാൽ ചിലരാകട്ടെ തൻ്റെ ജീവിതത്തിലെ
കോട്ടങ്ങൾക്ക് മറ്റു ചിലരെ പഴി ചാരുന്നു...
കുഞ്ഞു കുഞ്ഞു കള്ളത്തരങ്ങൾ ചെയ്യുന്ന
ചിലർ കരുതുന്നു അതാരും കാണുന്നില്ലെന്ന്.
തന്നെ പഴിക്കാതിരിക്കാൻ നേരത്തേ തന്നെ
മറ്റുള്ളവരെ കുറ്റക്കാരാക്കി മുദ്ര കുത്തുന്നവർ.
സ്വന്തം തെറ്റിൻ്റെ ഉത്തരവാദിത്വം പോലും
ഏറ്റെടുക്കാൻ ചങ്കൂറ്റമില്ലത്ത മറ്റു ചിലർ...
എന്തിനും ഏതിനും മറ്റുള്ളവരെ മുതൽ
എടുത്തു ജീവിക്കുന്ന മനുഷ്യ ജീവിതങ്ങൾ...
തനിക്കുള്ളത് മറ്റുള്ളവർക്ക് പങ്കിട്ടുമ്പോൾ
അത് ഇല്ലാതായി തീരുമെന്ന് കരുതി എല്ലാം
അടക്കി പിടിച്ച് ജീവിക്കുന്ന പാഴ്ജന്മങ്ങളും...

51. വിധിയുടെ വിളയാട്ടം

അവൾക്കും ഉണ്ടായിരുന്നു സ്വപ്നങ്ങൾ
അവളും താലോലിച്ചിരുന്നു മോഹങ്ങളെ
ഒപ്പം കാത്തു സൂക്ഷിച്ചു കുറേ മൂല്യങ്ങളും
താൻ മുറുകെ നെഞ്ചോടു ചേർത്ത് പിടിച്ച
ആഗ്രഹങ്ങളും അവളിലെ അഭിമാനവും
അവളിൽ നിന്നും ഓരോന്നായി വിധി
തട്ടിയെടുത്തു കൊണ്ട് അട്ടഹസിച്ചു....
സ്നേഹം തട്ടിപ്പറിച്ചെടുത്ത പുരുഷനെയും
വിധി അവൾക്ക് കരുതി വച്ച ജീവിതത്തെയും
ആ ജീവിതം തുടങ്ങും മുൻപ് പറിച്ചുമാറ്റി...
എന്നിട്ടും തോൽക്കാതെ പിടിച്ചു നിന്നവൾ
തൻ്റെ കാൽചുവട്ടിലെ അഭിമാനമായ
അവസാന മൺതരിയും അവളിൽ നിന്നും
ആ കൂറ്റൻ തിരമാലകൾ വിഴുങ്ങി ഒലിച്ചു
പോയപ്പോൾ നിലയില്ലാ കടലിൻ്റെ ആഴങ്ങളിൽ
ഒരിറ്റു ശ്വാസത്തിനായ് പിടഞ്ഞു പോകുന്നവൾ

52. പുനർജന്മം

ആത്മാവിൻ്റ ഒരു ശരീരം വിട്ടൊഴിഞ്ഞ്
മറ്റൊന്നിലേക്കുള്ള പ്രവശേനമാണത്.
മരണ സമയത്ത് ഒരാളുടെ ഉള്ളിൽ
ജ്വലിക്കുന്ന തീക്ഷ്ണമായ ആഗ്രഹം
അതയാളെ മറ്റൊന്നിലെത്തിക്കുമത്രേ!
പദാർത്ഥമല്ലാത്ത ആത്മാവിന് ഏത്
ശരീരത്തിലും പ്രവേശിക്കാൻ പറ്റുന്നു.
ഒരു യാത്രയുടെ അവസാനം ആത്മാവ്
മറ്റൊന്നിലേക്കുള്ള തുടക്കം കുറിക്കുന്നു.
മാതാപിതാക്കൾ സ്വന്തം സന്തതിയായും
പൂർവ്വികർ പേരക്കുട്ടികളായും ജന്മം
കൈകൊള്ളുന്നതും പുനർജന്മമത്രേ!
നമ്മുടെ ജീവിതത്തിലെ കർമ്മഫലങ്ങൾ
നമ്മളെ പുനർജന്മത്തിലെത്തിക്കുന്നു.

53. ജീവിത യാഥാർത്ഥ്യങ്ങൾ

ചില യാഥാർത്ഥ്യങ്ങൾ അതങ്ങനെയാണ്
നമ്മൾ പോലും അറിയാതെ ആഗ്രഹിക്കാതെ
നമ്മളെ തേടി വരിക തന്നെ ചെയ്യും.
പലയാളുകളുടെ വേഷത്തിൽ
പല സന്ദേശങ്ങളുടെ രൂപത്തിൽ
പലതരത്തിലുള്ള ഭാവ പകർച്ചകളിൽ
നമുക്കുള്ളത് നമ്മെ തേടി വരുന്നു...
നല്ലതിനെ മാത്രം സ്വീകരിക്കേണ്ടതും
ചീത്തയെ തിരസ്ക്കരിക്കേണ്ടതും
നമ്മുടെ മാത്രം ഉത്തരവാദിത്വമാണ്
നമ്മുടെ ജീവിതത്തിലെ നന്മതിന്മകളുടെ
സുഖദുഃഖങ്ങളുടെ താക്കോൽ ദൈവം
തന്നിരിക്കുന്നത് നമ്മുടെ കൈകളിലാണ്.

54. ദാനം

നൽകാൻ മാത്രം വിധിക്കപ്പെട്ട ചിലരുണ്ട്
കർണ്ണനെ പോലെ മഹാബലിയെ പോലെ
മറ്റുള്ളവരുടെ സന്തോഷത്തിനു വേണ്ടി
അവരുടെ സൗഭാഗ്യത്തിനായി തനിക്കുള്ള
ജീവിത സൗഭാഗ്യങ്ങളെല്ലാം ത്യജിച്ചവർ.
സ്വന്തം ശരീരത്തിലെ കവച കുണ്ഡലങ്ങൾ
ഇരന്നു വാങ്ങിയ ഇന്ദ്രദേവനോട് കർണ്ണനും
മൂന്നടി മണ്ണ് ദാനമായി ചോദിച്ച് തന്നെ
പാതാളത്തിലേക്ക് ചവിട്ടി താഴ്ത്തിയ
വാമനനോട് നീതിമാനായ മഹാബലിയും
ഒരിക്കൽ പോലും നീരസം കാട്ടിയതുമില്ല
നൽകുന്നവരെന്നും അങ്ങിനെയാണ്
തൻ്റെ ജീവൻ്റെ അവസാന ശ്വാസം വരെ
തനിക്കുള്ളതല്ലൊം തന്നെ ഉദാരമായി
മറ്റുള്ളവർക്കായി നൽകി കൊണ്ടേയിരിക്കും.

55. രാധ വിരഹം

നിന്നെ കാണാതെ എൻ്റെ ഈ വിരഹദുഃഖം
അതെനിക്ക് സഹിക്കാൻ കഴിയുന്നില്ല കണ്ണാ
ഓരോ നിമിഷവും യുഗങ്ങളായി തോന്നുന്നു
എൻ യൗവ്വനവും കടന്നു പോവുകയാണ്
നമ്മൾ പിരിഞ്ഞിരുന്നാലും ഈ സ്നേഹം
ഒട്ടും കുറയുകയില്ലെന്നറിഞ്ഞിട്ടോ ഈ മായ
ഞാൻ നിന്നെയും നീ എന്നെയും ഓരോ
നിമിഷത്തിലും ഓർക്കുമെന്നറിഞ്ഞിട്ടും
ഈ മനസ്സിൻ്റെ പിടച്ചിൽ അവസാനിക്കുന്നില്ല
മനസ്സ് കൊണ്ട് വളരെയേറെ അടുത്തവർ
ഒരാൾ മറ്റൊരാളിൽ സ്ഥിതി ചെയ്യുന്നെപ്പോഴും
നീ കൂടെയില്ല എന്നറിഞ്ഞിട്ടും നിന്നെ സദാ
സ്മരിച്ച് സ്നേഹിച്ച് അനുഭവിച്ചവൾ ഈ രാധ
എന്നെ നീ ഈ വിപ്രലംഭം എന്നവസ്ഥയിൽ
നിന്ന് മോചിപ്പിക്കൂ എൻ്റെ പ്രിയ തോഴാ...
നിന്നെ കാണാതെയുള്ള ഈ ഹൃദയ വേദന
ഈ രാധയ്ക്ക് താങ്ങാവുന്നതിലുമേറെയാണ്.

www.ingramcontent.com/pod-product-compliance
Lightning Source LLC
LaVergne TN
LVHW040955150826
845672LV00002B/706

* 9 7 9 8 8 9 6 9 9 8 8 1 5 *